Impressum
Verlag: BABADADA GmbH, Nedderfeld 112 , 22529 Hamburg
Geschäftsführer / Verlagsleitung: Harald Hof
Druck: Books on Demand GmbH, In de Tarpen 42, 22848 Norderstedt

Imprint
Publisher: BABADADA GmbH, Nedderfeld 112 , 22529 Hamburg, Germany
Managing Director / Publishing direction: Harald Hof
Print: Books on Demand GmbH, In de Tarpen 42, 22848 Norderstedt

shule
學校

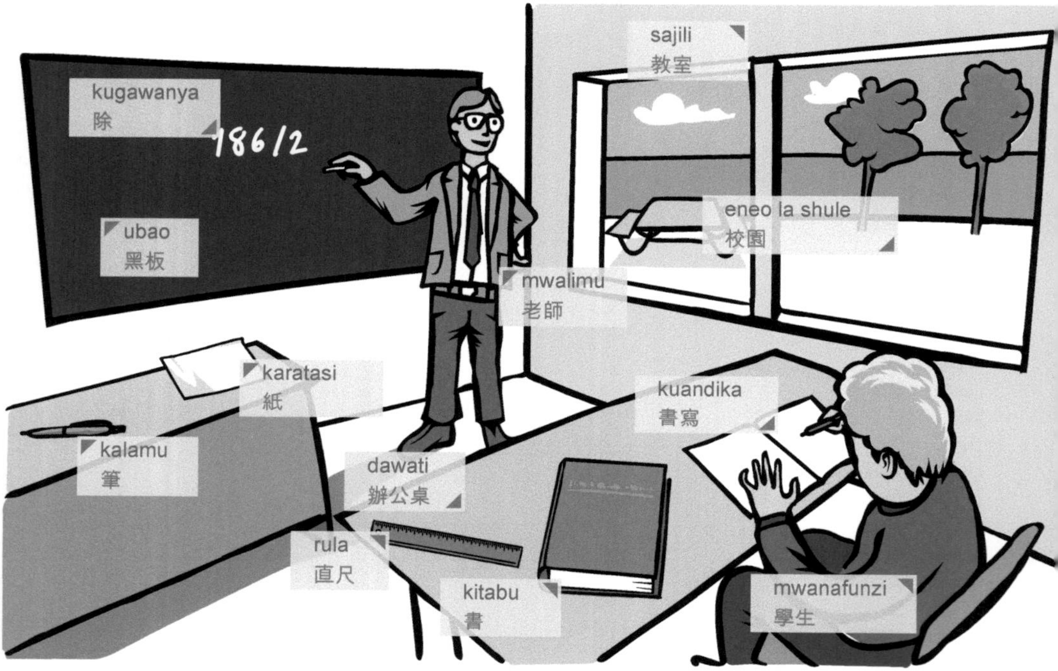
sajili
教室
kugawanya
除
186/2
ubao
黑板
eneo la shule
校園
mwalimu
老師
karatasi
紙
kuandika
書寫
kalamu
筆
dawati
辦公桌
rula
直尺
kitabu
書
mwanafunzi
學生

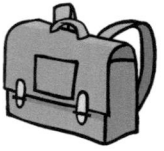

mkoba
書包

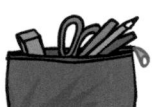

kikasha cha penseli
鉛筆盒

penseli
鉛筆

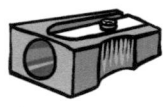

kichonga penseli
削鉛筆機

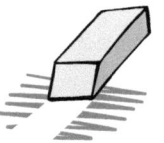

mpira
橡皮擦

pedi ya kuchora
畫板

uchoraji

圖畫

brashi ya rangi

畫筆

sanduku la rangi

顏料盒

mkasi

剪刀

gundi

膠水

daftari

練習冊

kazi ya nyumbani

家庭作業

nambari

數字

jumlisha

加

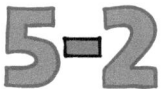

ondoa

減

zidisha

乘

kokotoa

計算

barua

字母

alfabeti

字母表

neno

字

maandishi

課文

kusoma

讀

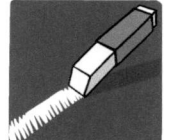

chaki

粉筆

somo

上課

sajili

登記

uchunguzi

考試

cheti

證書

sare za shule

校服

elimu

教育

elezo

百科全書

chuo kikuu

大學

darubini

顯微鏡

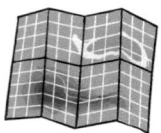

ramani

地圖

kikapu cha kuweka karatasi chafu

廢紙簍

usafiri
旅行

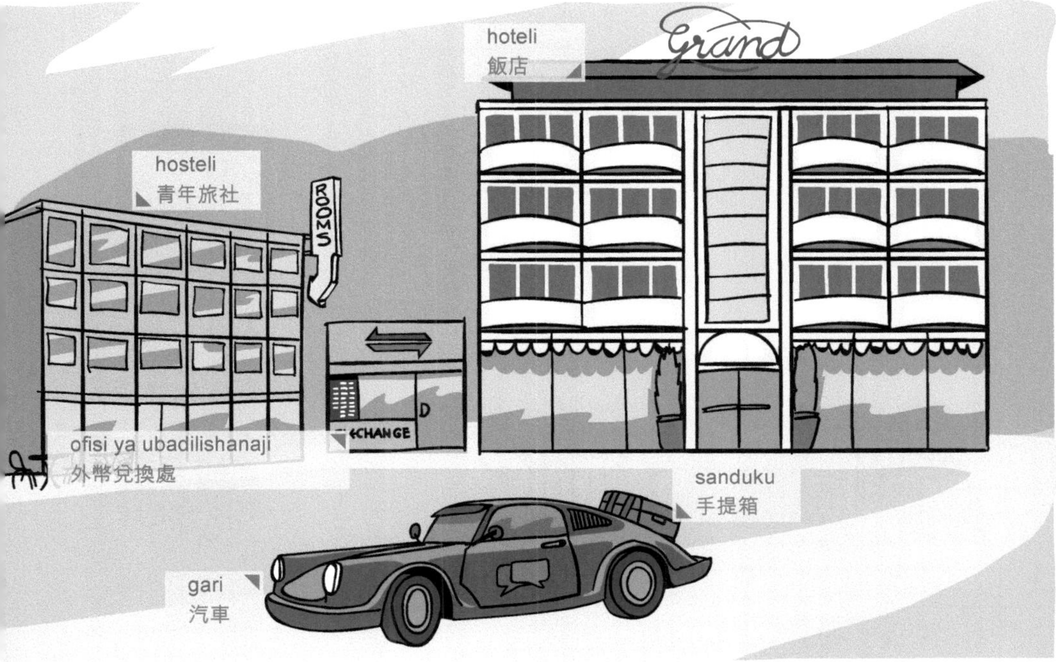

hoteli
飯店
Grand
hosteli
青年旅社
ROOMS
EXCHANGE
ofisi ya ubadilishanaji
外幣兌換處
sanduku
手提箱
gari
汽車

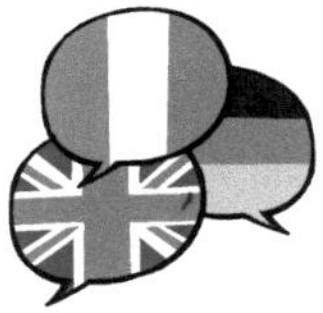

lugha
語言

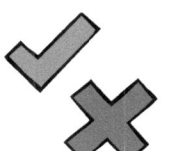

ndiyo / la
是/否

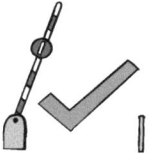

sawa
好的

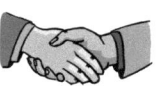

hujambo
您好

mtafsiri
翻譯人員

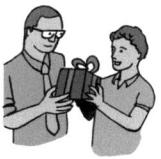

Asante
謝謝

kiasi gani ni ...?

......多少錢？

Sielewi

我不明白

tatizo

問題

Jioni njema!

晚上好！

Habari za asubuhi!

早上好！

Usiku mwema!

晚安！

kwa heri

再見

mwelekeo

方向

mizigo

行李

mfuko

包

shanta

背包

mgeni

客人

chumba

房間

begi la kulalia

睡袋

hema

帳篷

taarifa ya utalii

旅行資訊

ufuo

海灘

kadi

信用卡

kifunguakinywa

早餐

chakula cha mchana

午餐

chakula cha jioni

晚餐

tiketi

票

kuinua

電梯

muhuri

郵票

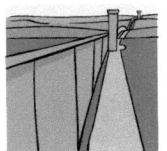

mpaka

邊界

mila

海關

ubalozi

大使館

visa

簽證

pasipoti

護照

usafiri

交通運送

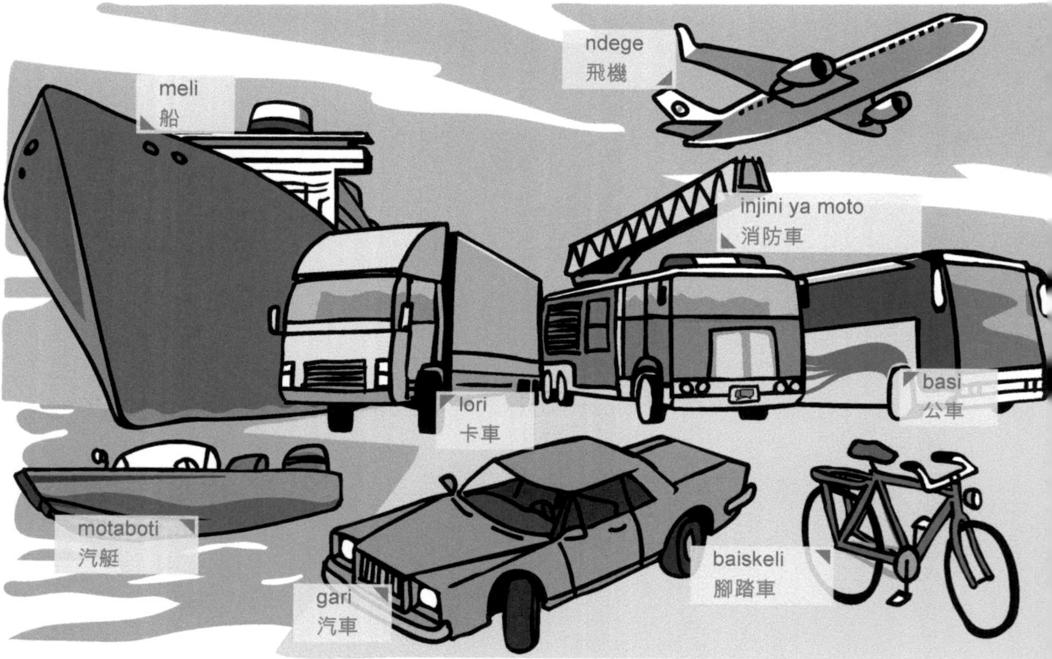
ndege
飛機
meli
船
injini ya moto
消防車
basi
公車
lori
卡車
motaboti
汽艇
baiskeli
腳踏車
gari
汽車

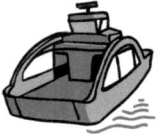

feri

渡輪

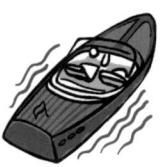

mashua

小船

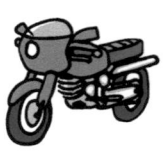

pikipiki

機車

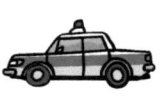

gari la polisi

警車

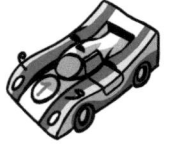

gari la mashindano

賽車

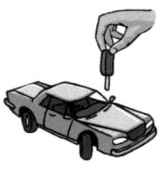

gari la kukodisha

租車

kushiriki gari

拼車

lori la kuvuta

拖車

ukusanyaji taka

垃圾車

motor

馬達

mafuta

汽油

kituo cha mafuta

加油站

ishara trafiki

交通標識

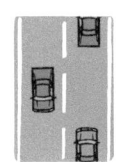

trafiki

交通

msongamano

交通堵塞

maegesho

停車場

kituo cha treni

火車站

reli

軌道

garimoshi

火車

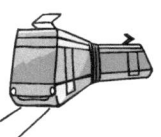

tremu

路面電車

gari la mizigo

客車廂

helikopta

直升機

uwanja wa ndege

機場

mnara

塔

abiria

乘客

chombo

集裝箱

katoni

紙板箱

mkokoteni

手推車

kikapu

籃子

ondoka

起飛/降落

jiji

城市

kijiji

村莊

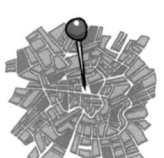

katikati ya jiji

市中心

nyumba

房子

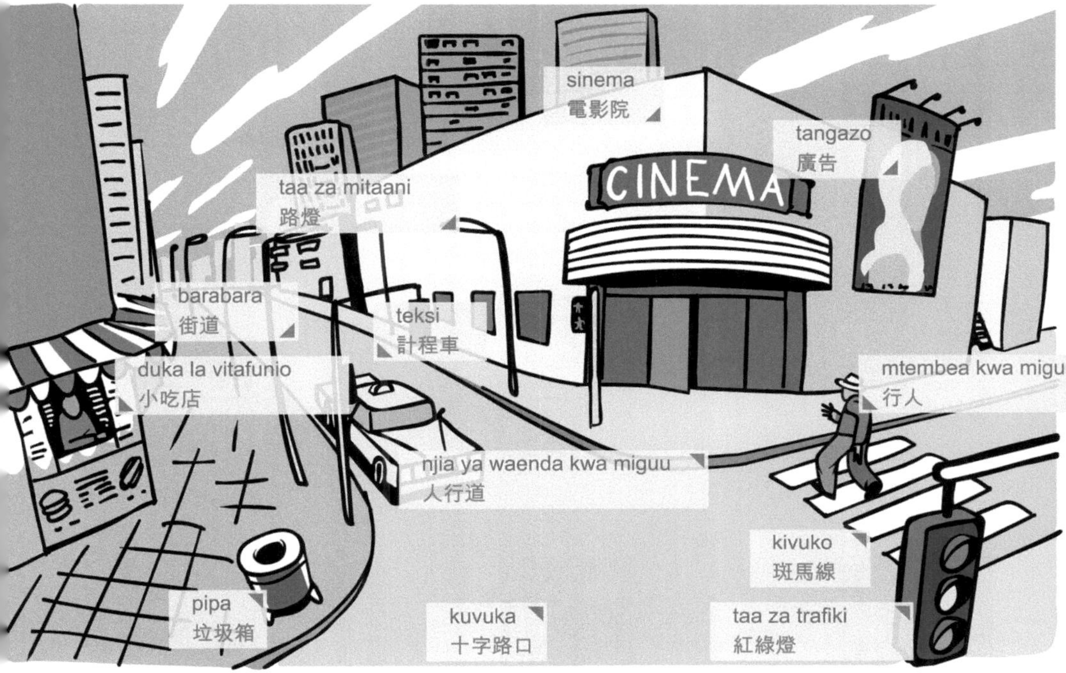

sinema
電影院

tangazo
廣告

taa za mitaani
路燈

barabara
街道

teksi
計程車

duka la vitafunio
小吃店

mtembea kwa miguu
行人

njia ya waenda kwa miguu
人行道

kivuko
斑馬線

pipa
垃圾箱

kuvuka
十字路口

taa za trafiki
紅綠燈

kibanda

小屋

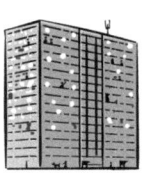

gorofa

公寓

kituo cha treni

火車站

ukumbi wa mji

市政廳

Makavazi

博物館

shule

學校

chuo kikuu

大學

benki

銀行

hospitali

醫院

hoteli

飯店

duka la dawa

藥房

ofisi

辦公室

duka la kitabu

書店

duka

商店

duka la maua

花店

dukakuu

超市

soko

市場

idara ya kuhifadhi

百貨商店

mwuza samaki

魚店

kituo cha ununuzi

購物中心

bandari

海港

Hifadhi

公園

benki

長凳

daraja

橋

vidato

樓梯

chini ya ardhi

捷運

handaki

隧道

kituo cha mabasi

公車站

bar

酒吧

mgahawa

餐館

sanduku la posta

郵筒

ishara ya barabara

路標

mita ya maegesho

停車計時器

bustani ya wanyama

動物園

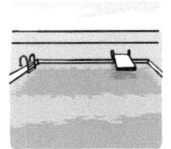

kidimbwi cha kuogelea

游泳池

msikiti

清真寺

shamba

農場

uchafuzi

污染

makaburini

墓地

kanisa

教堂

uwanja wa michezo

操場

hekalu

寺廟

mazingira

地形

jani
樹葉

ishara ya mwelekeo
指示牌

njia
路

malisho
草地

jiwe
石頭

mti
樹

mtembeaji wa masafa
徒步旅行者

mto
河

nyasi
草

ua
花

bonde

峽谷

kilima

丘陵

ziwa

湖

msitu

森林

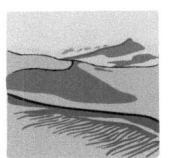

jangwa

沙漠

volkano

火山

ngome

城堡

upinde wa mvua

彩虹

uyoga

蘑菇

mtende

棕櫚樹

mbu

蚊子

kuruka

蒼蠅

chungu

螞蟻

nyuki

蜜蜂

buibui

蜘蛛

mende

甲蟲

chura

青蛙

kuchakuro

松鼠

nungunungu

刺蝟

sungura

野兔

bundi

貓頭鷹

ndege

鳥

swan

天鵝

nguruwe mwitu

野豬

kulungu

鹿

aina ya kongoni

麋鹿

bwawa

水壩

tabo ya upepo

風力發電機

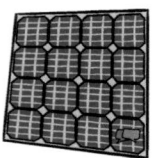

nishaji ya jua

太陽能電池板

hali ya hewa

氣候

mgahawa

餐館

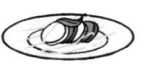

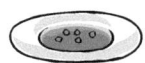

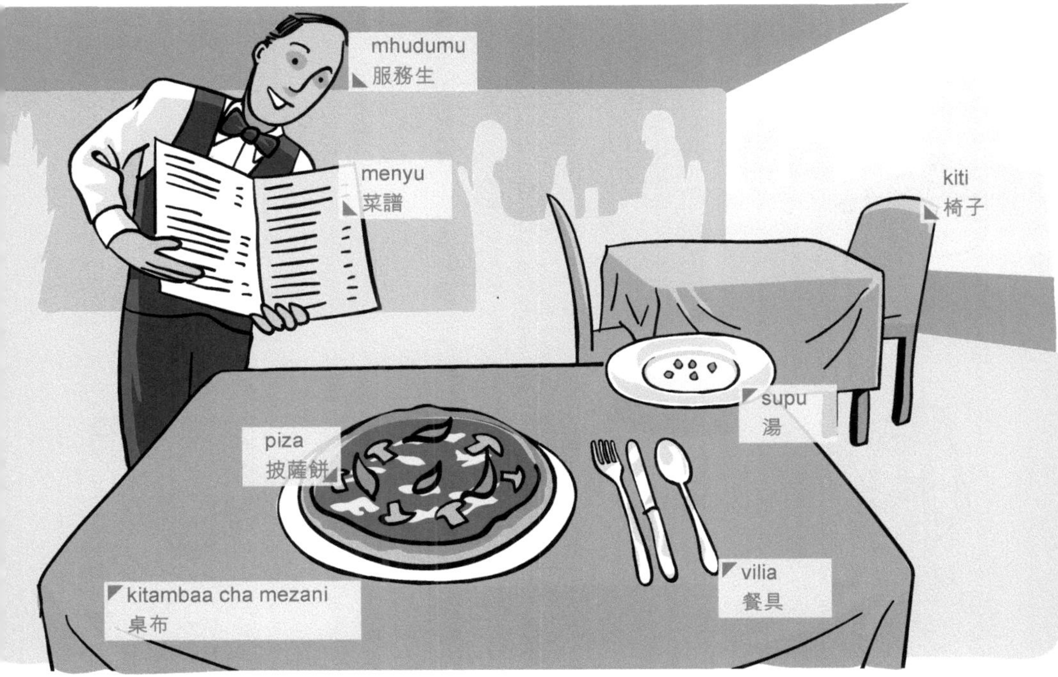
mhudumu
服務生
menyu
菜譜
kiti
椅子
supu
湯
piza
披薩餅
vilia
餐具
kitambaa cha mezani
桌布

kiamsha hamu

前菜

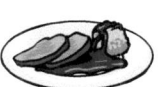

kozi kuu

主菜

kitindamlo

甜點

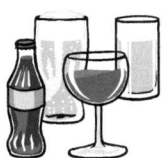

vinywaji

飲料

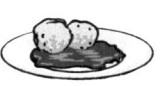

chakula

食物

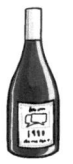

chupa

瓶子

chakula cha haraka

速食

Streetfood

街邊小吃

buli

茶壺

kisanduku cha sukari

糖盒

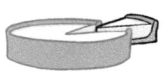

sehemu

一份飯菜

mashine ya espresso

義式咖啡機

kiti kirefu

高腳椅

muswada

帳單

trei

托盤

kisu

刀

uma

餐叉

kijiko

勺子

kijiko cha chai

茶匙

nepi

餐巾

glasi

玻璃杯

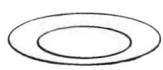

sahani

碟子

sahani ya supu

湯盤

sufuria

碟子

mchuzi

醬

kichanyaji chumvi

鹽瓶

kinu cha pilipili

胡椒研磨罐

siki

醋

mafuta

食用油

viungo

調味料

kechapu

番茄醬

haradali

芥末

kachumbari nzito

美乃滋

dukakuu

超市

ofa maalum
特價
FOR
mteja
顧客
maziwa
乳製品
matunda
水果
toroli
購物車

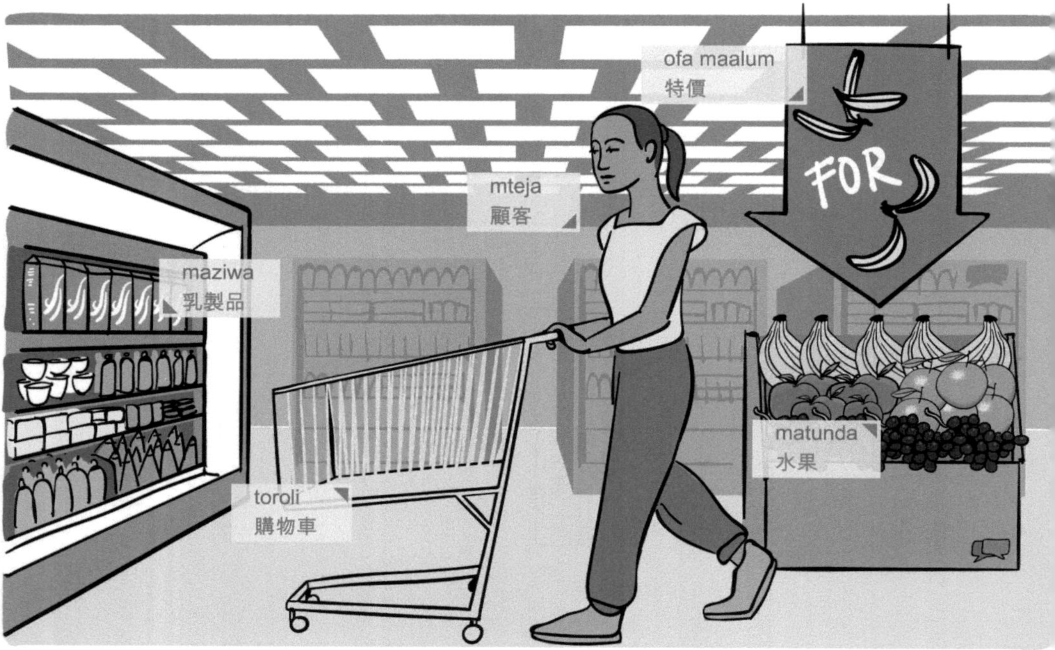

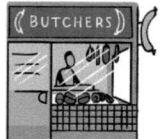

BUTCHERS

mchinjaji

肉鋪

BAKERY

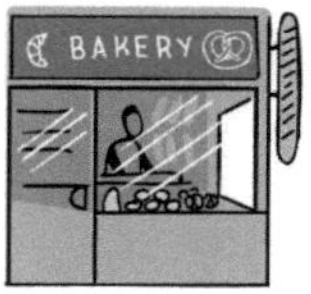

mwokaji

麵包店

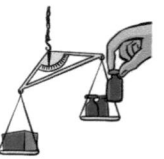

uzito

稱重

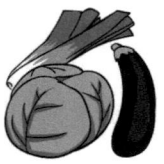

mboga

蔬菜

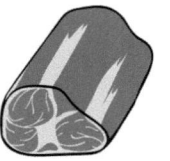

nyama

肉

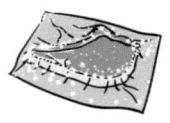

chakula waliohifadhiwa

冷凍食品

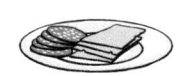

vipande vya nyama baridi

冷盤

chakula cha kopo

罐頭食品

sabuni ya unga

洗衣粉

pipi

甜食

bidhaa za kaya

日用品

bidhaa za kusafisha

清潔用品

mtu mauzo

銷售員

mpaka

收銀機

keshia

收銀員

orodha ya manunuzi

購物清單

masaa ya ufunguzi

開放時間

mkoba

錢包

kadi

信用卡

mfuko

袋子

mfuko wa plastiki

塑膠袋

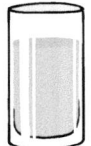

maji

水

sharubati

果汁

maziwa

牛奶

coke

可樂

mvinyo

紅酒

bia

啤酒

pombe

酒

kakao

可可

chai

茶

kahawa

咖啡

spreso

義式濃縮咖啡

kapuchino

卡布奇諾

ndizi

香蕉

tufaha

蘋果

machungwa

柳丁

tikiti

西瓜

lemon

檸檬

karoti

胡蘿蔔

kitunguu saumu

大蒜

mianzi

竹子

kitunguu

洋蔥

uyoga

蘑菇

karanga

堅果

nudo

麵條

spageti

義大利麵

mpunga

米飯

saladi

沙拉

vibanzi

薯條

viazi vya kukaanga

炸馬鈴薯

piza

披薩餅

hambaga

漢堡

sandwichi

三明治

kipande

炸豬排

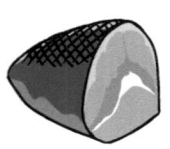

paja la mnyama

火腿

salami

義大利臘腸

soseji

香腸

kuku

雞肉

choma

烤肉

samaki

魚

oats ya uji

燕麥片

muesli

木斯里

cornflakes

玉米片

unga

麵粉

kroisanti

牛角麵包

andazi

麵包捲

mkate

麵包

mkate wa kubanika

吐司

biskuti

餅乾

siagi

奶油

maziwa mgando

凝乳

keki

蛋糕

yai

蛋

yai kukaanga

煎蛋

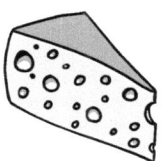

jibini

起司

aiskrimu

冰淇淋

sukari

糖

asali

蜂蜜

jemu

果醬

kuenea kwa chokoleti

巧克力醬

mchuzi wa viungo

咖哩

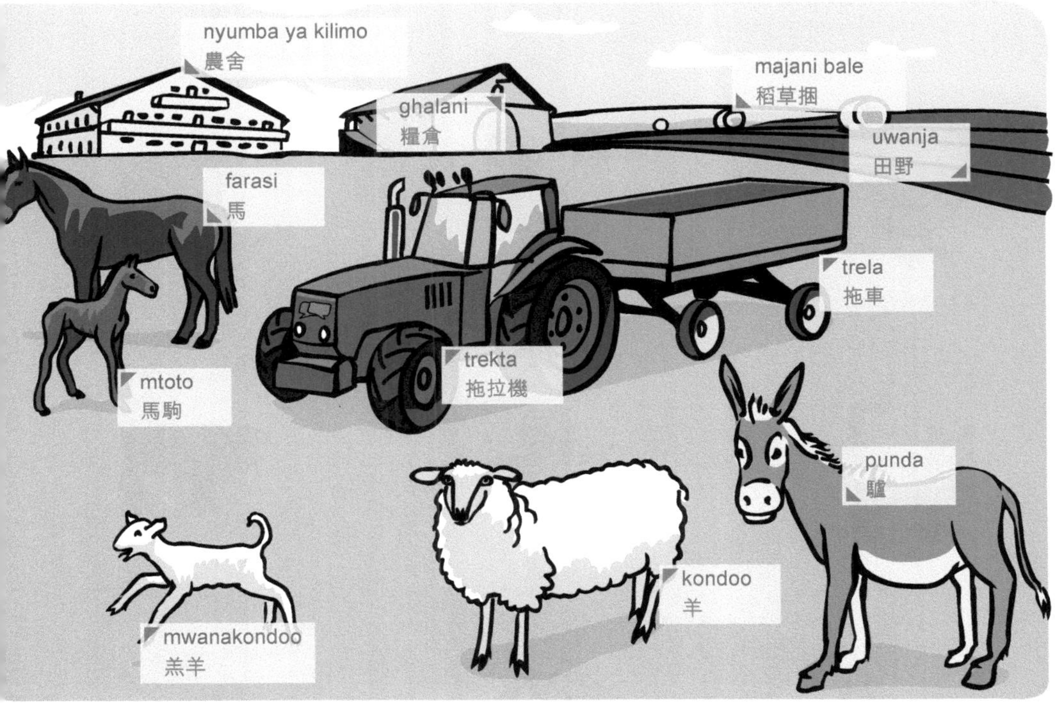

nyumba ya kilimo
農舍

ghalani
糧倉

majani bale
稻草捆

uwanja
田野

farasi
馬

trela
拖車

trekta
拖拉機

mtoto
馬駒

punda
驢

kondoo
羊

mwanakondoo
羔羊

mbuzi
山羊

ng'ombe
奶牛

ndama
小牛

nguruwe
豬

mwananguruwe
小豬

fahali
公牛

batabukini

鵝

bata

鴨

kifaranga

小雞

kuku

母雞

jogoo

公雞

panya

鼠

paka

貓

panya

老鼠

ng'ombe

牛

mbwa

狗

nyumba ya mbwa

狗屋

bomba la bustani

花園澆水軟管

debe la kumwagilia maji

澆水壺

fyekeo

長柄大鐮刀

kulima

犁

mundu

鐮刀

jembe

鋤頭

uma wa nyasi

長柄草耙

shoka

斧頭

toroli

獨輪手推車

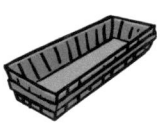

kupitia nyimbo

飼料槽

chombo cha maziwa

牛奶罐

gunia

麻布袋

ua

柵欄

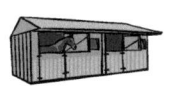

imara

馬廄

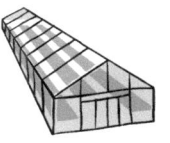

chafu

溫室

udongo

土壤

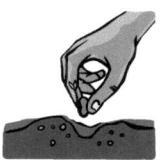

mbegu

種子

mbolea

肥料

kivunaji

聯合收割機

mavuno

收割

mavuno

收割

viazi vikuu

地瓜

ngano

小麥

soya

大豆

viazi

土豆

mahindi

玉米

rapa

油菜籽

mti wa matunda

果樹

muhogo

樹薯

nafaka

穀物

nyumba
房子

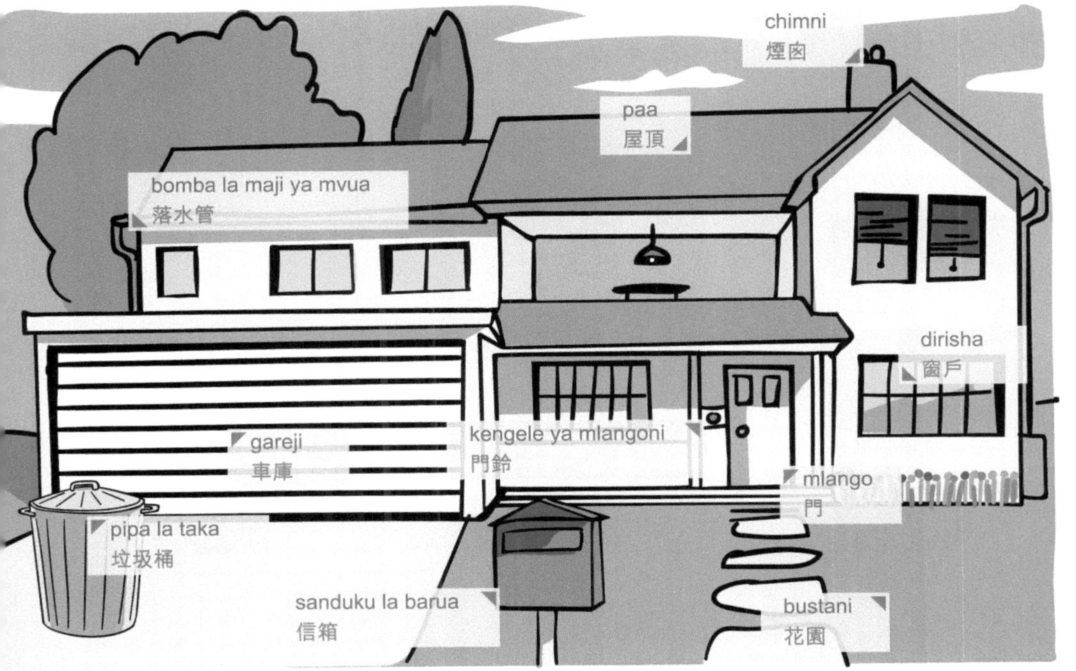
chimni
煙囪
paa
屋頂
bomba la maji ya mvua
落水管
dirisha
窗戶
gareji
車庫
kengele ya mlangoni
門鈴
mlango
門
pipa la taka
垃圾桶
sanduku la barua
信箱
bustani
花園

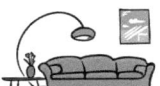

sebuleni

客廳

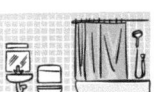

bafu

浴室

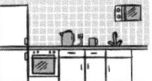

jikoni

廚房

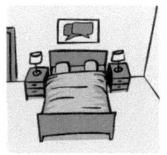

chumba cha kulala

臥室

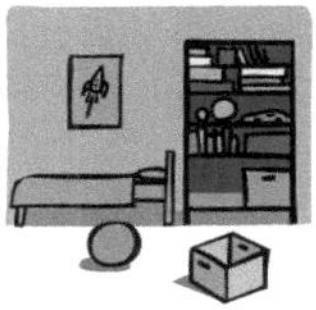

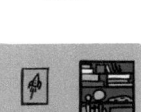

chumba ya mtoto

兒童房

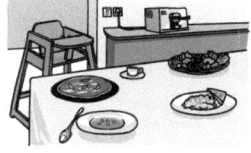

chumba cha kulia

餐廳

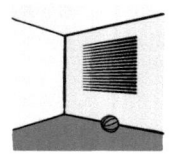

sakafu

地板

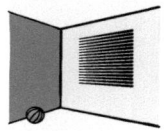

ukuta

牆壁

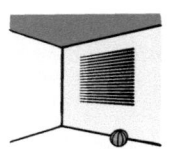

dari

天花板

pishi

地窖

sauna

三溫暖

roshani

陽臺

mtaro

露臺

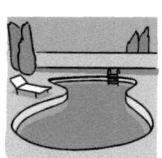

kidimbwi

游泳池

mashine ya kukata nyasi

割草機

karatasi

被單

kitambaa cha kupamba kitanda

床罩

kitanda

床

ufagio

掃帚

ndoo

水桶

kubadili

開關

sebuleni
客廳

mandhari
壁紙
picha
相片
taa
檯燈
rafu
擱架
kabati
櫥櫃
televisheni/runinga
電視
mekoni
壁爐
ua
花
mto
墊子
sofa
沙發
chombo cha maua
花瓶
kitenzambali
遙控器

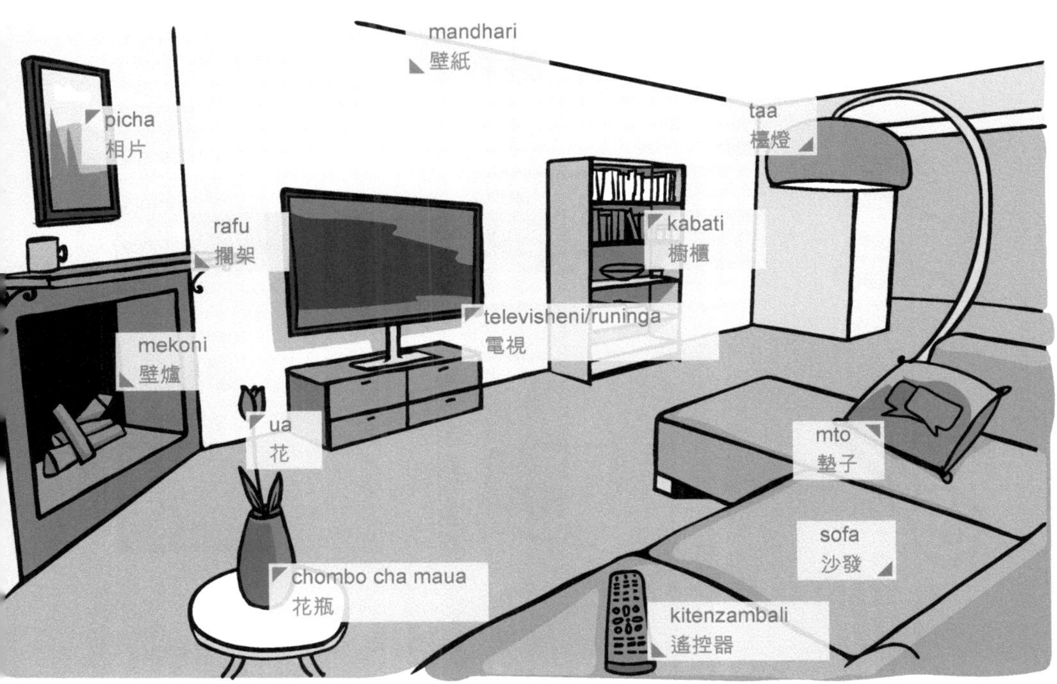

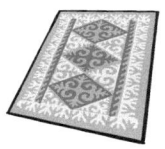

zulia
地毯

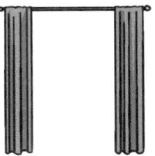

pazia
窗簾

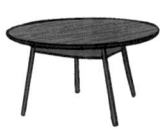

meza
餐桌

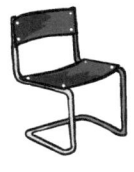

kiti
椅子

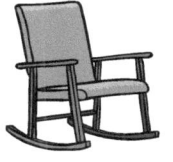

kiti cha bembea
搖椅

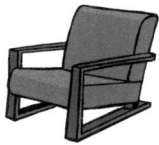

armchair
扶手椅

kitabu

書

blanketi

毯子

mapambo

裝飾品

kuni

木柴

filamu

電影

kifaa cha hi-fi

高傳真音響

ufunguo

鑰匙

gazeti

報紙

uchoraji

油畫

bango

海報

redio

收音機

daftari

筆記本

kifyonza

吸塵器

dungusi kakati

仙人掌

mshumaa

蠟燭

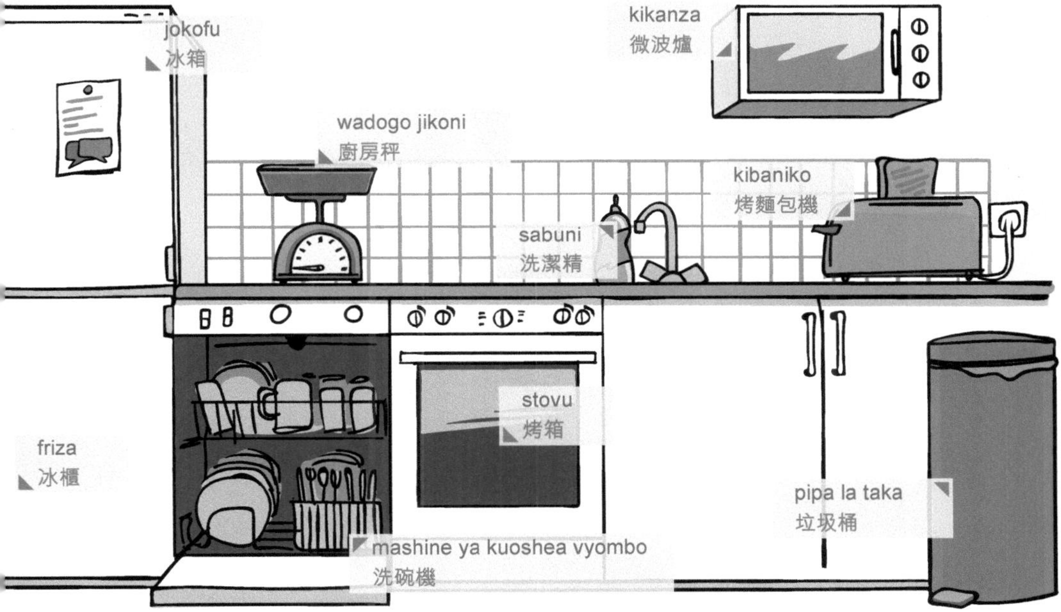

jokofu
冰箱

kikanza
微波爐

wadogo jikoni
廚房秤

kibaniko
烤麵包機

sabuni
洗潔精

stovu
烤箱

friza
冰櫃

pipa la taka
垃圾桶

mashine ya kuoshea vyombo
洗碗機

jiko la kupika

炊具

chungu

鍋

sufuria ya chuma

鑄鐵鍋

wok / kadai

炒鍋

kaango

平底鍋

birika

水壺

stima

蒸鍋

sinia ya kuoka

烤盤

vyombo vya udongo

陶瓷鍋

kombe

馬克杯

bakuli

碗

vijiti vya kulia

筷子

ukawa

長柄勺

mwiko mpana

鏟子

burashi

攪拌器

kichujio

濾網

chujio

篩子

mbuzi

磨碎機

chokaa

研缽

barbeque

燒烤

moto wazi

明火

ubao wa majaribio

菜板

kijiti cha kusukuma unga

擀麵杖

kizibuo

開瓶器

kopo

罐子

inaweza kopo

開罐器

kishikio cha chungu

隔熱手套

karo

水槽

brashi

刷子

sifongo

海綿

kisagaji matunda

攪拌機

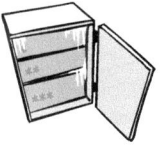

friji ya kina

冷藏箱

chupa ya mtoto

奶瓶

bomba

水龍頭

bafu
浴室

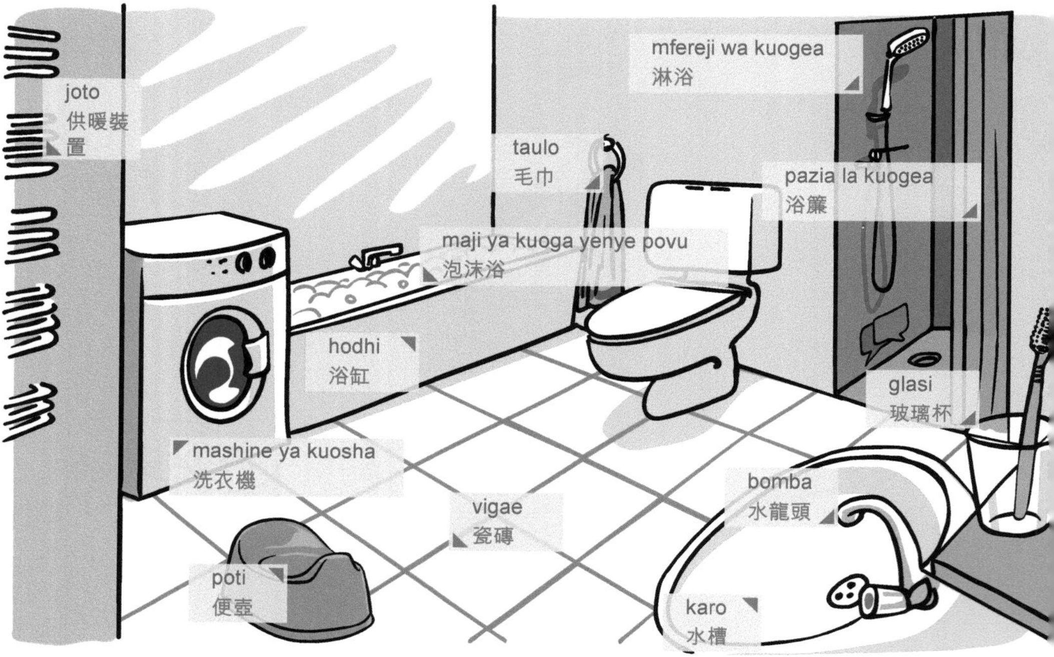
joto
供暖裝置
taulo
毛巾
mfereji wa kuogea
淋浴
pazia la kuogea
浴簾
maji ya kuoga yenye povu
泡沫浴
hodhi
浴缸
glasi
玻璃杯
mashine ya kuosha
洗衣機
bomba
水龍頭
vigae
瓷磚
poti
便壺
karo
水槽

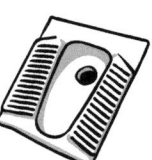

choo
廁所

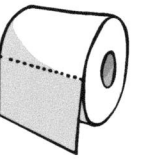

choo cha squat
蹲便器

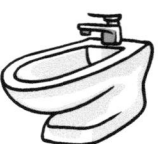

beseni la mviringo
坐浴器

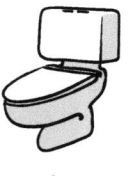

choo cha umma
小便斗

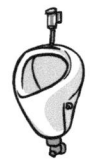

shashi
廁紙

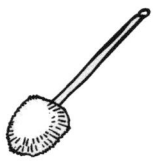

brashi ya choo
馬桶刷

mswaki

牙刷

dawa ya meno

牙膏

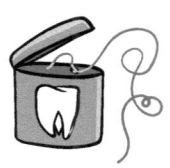

dawa ya meno

牙線

safisha

洗

kuoga mkono

手持式蓮蓬頭

msukumo wa maji

沖洗器

bonde

洗臉盆

mpako wa pili

洗背刷

sabuni

肥皂

jeli ya kuogea

沐浴露

shampuu

洗髮乳

flana

法蘭絨

toa maji

排水

krimu

乳霜

kiondoa harufu

除臭劑

kioo

鏡子

kioo mkono

手鏡

kinyozi

刮鬍刀

povu la kunyoa

刮鬍泡沫

baada ya kunyoa

鬍後水

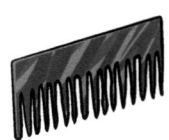

kichana

梳子

brashi

刷子

kikausha nywele

吹風機

marashi ya nyewele

噴髮定型劑

vipodozi

化妝品

kidomwa

唇膏

varnish ya msumari

指甲油

pamba

化妝棉

mkasi wa kucha

指甲剪

manukato

香水

mkoba wa kuosha

洗漱包

kinyesi

凳子

mizani

計重秤

nguo ya kuoga

浴袍

glavu za mpira

橡膠手套

kisodo

衛生棉條

sodo

衛生棉

kemikali choo

化學廁所

chumba ya mtoto

兒童房

saa ya kengele
鬧鐘
kidoli cha kupakata
毛絨玩具
gari bandia
玩具車
kelele
撥浪鼓
chumba cha midoli
玩具屋
sasa
禮物

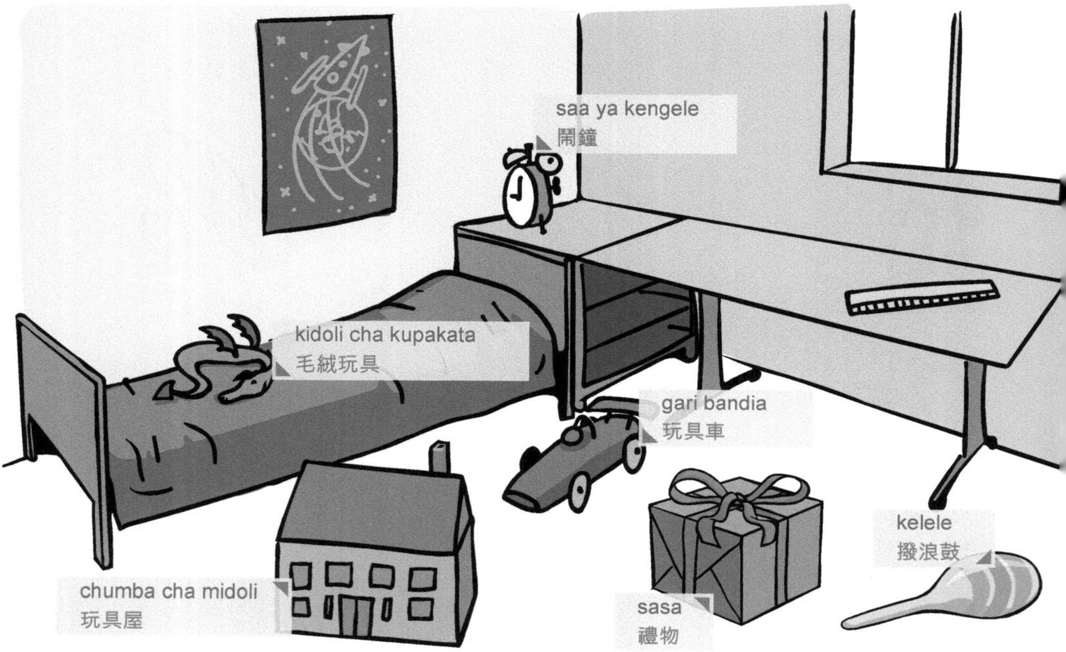

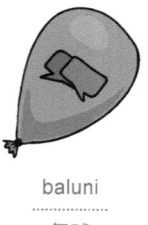

baluni

氣球

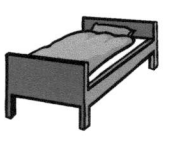

kitanda

床

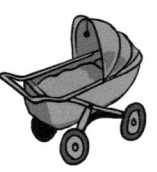

mashua

嬰兒車

staha ya kadi

撲克牌

mchezo-fumb

拼圖

SUPER
MEGA

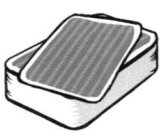

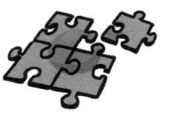

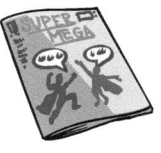

vichekesho

漫畫

matofali lego

樂高積木

vitalu mwigo

積木玩具

hatua takwimu

公仔

suti ya kulalia

嬰兒服

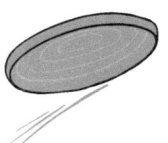

kisahani

飛盤

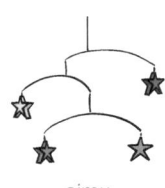

simu

床鈴玩具

ubao wa michezo

棋盤遊戲

kete

骰子

garimoshi mwigo

火車模型

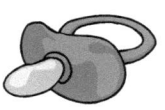

dummy

安撫奶嘴

chama

派對

picha kitabu

繪本

mpira

球

kikaragosi

洋娃娃

kucheza

玩

shimo la mchanga

沙坑

bembea

鞦韆

vitu bandia

玩具

kiweko cha video ya mchezo

電玩遊戲

baiskeli ya magurudumu

三輪車

matatu

mwanasesere

泰迪熊

kabati

衣櫃

nguo

衣服

soksi

襪子

stokingi

長襪

kibano

緊身褲

skafu
圍巾

mwavuli
雨傘

fulana
T恤

ukanda
皮帶

viatu
靴子

ndara
拖鞋

wakufunzi
運動鞋

malapa
涼鞋

viatu
鞋

mabuti ya mpira
雨靴

suruali ya ndani
內褲

sidiria
胸罩

fulana
背心

nguo - 衣服

45

mwili

身體

suruali

褲子

dangirizi

牛仔褲

sketi

短裙

blauzi

女式襯衫

shati

襯衫

vuta

套頭衫

sweta

連帽上衣

bleza

西裝夾克

jaketi

夾克

koti

外套

koti la mvua

雨衣

maleba

套裝

gauni

連衣裙

mavazi ya harusi

婚紗

suti

西裝

vazi la usiku

睡袍

pajama

睡衣

sari

莎麗

skafu

頭巾

kilemba

包頭巾

burka

波卡

kaftan

卡夫坦

abaya

(阿拉伯式)長袍

vazi la kuogelea

泳衣

vazi la kiume la kuogelea

男式泳褲

kaptura

短褲

teitei

運動服

aproni

圍裙

glavu

手套

kifungo

鈕扣

glasi

眼鏡

bangili

手鏈

mkufu

項鍊

pete

戒指

herini

耳環

kofia

便帽

kiango cha koti

衣架

kofia

帽子

tai

領帶

zipu

拉鍊

kofia

安全帽

kanda za suruali

背帶

sare za shule

校服

sare

制服

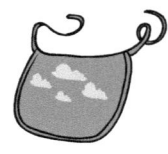

bibu

圍兜

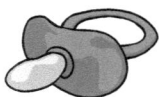

dummy

安撫奶嘴

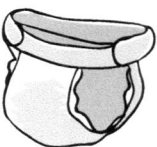

nepi

尿布

ofisi

辦公室

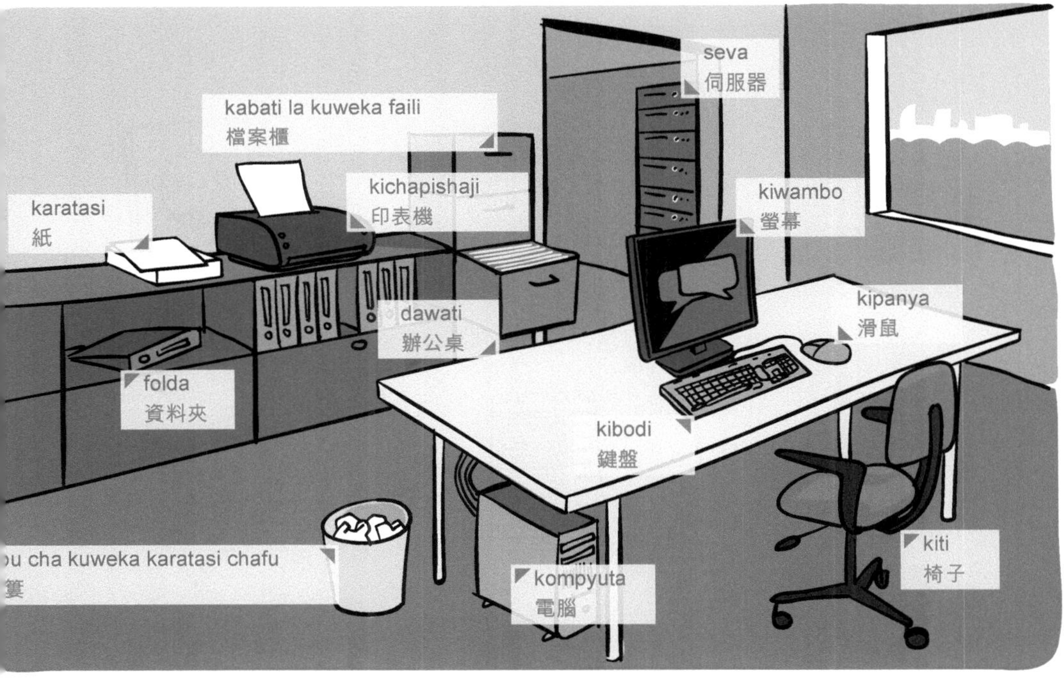
seva
伺服器
kabati la kuweka faili
檔案櫃
kichapishaji
印表機
karatasi
紙
kiwambo
螢幕
kipanya
滑鼠
dawati
辦公桌
folda
資料夾
kibodi
鍵盤
u cha kuweka karatasi chafu
簍
kompyuta
電腦
kiti
椅子

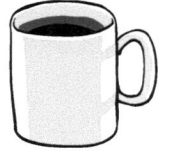

kmobe la kahawa

咖啡杯

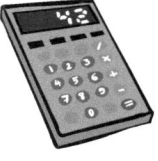

kikokotoo

計算機

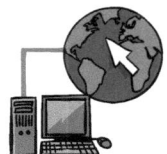

biashara

網際網路

mbali

筆記型電腦

barua

信件

ujumbe

簡訊

rununu

行動電話

intaneti

網路

fotokopia

影印機

programu

軟體

simu

電話

soketi

插座

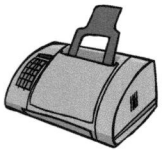

kipepesi

傳真機

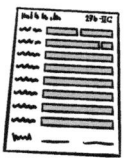

fomu

表格

hati

檔案

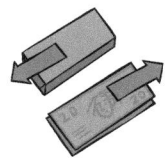

kununua

買

kulipa

付錢

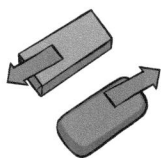

biashara

交易

fedha

現金

dola

美元

yuro

歐元

yeni

日元

rouble

盧布

faranga ya Uswisi

瑞士法郎

renminbi yuan

人民幣

rupia

盧比

eneo la kulipia

提款處

ofisi ya ubadilishanaji

外幣兌換處

dhahabu

金

fedha

銀

mafuta

石油

nishati

能源

bei

價格

mkataba

合約

kodi

稅金

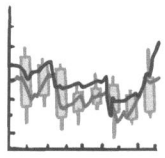

bidhaa

股票

kazi

工作

mfanyakazi

職員

mwajiri

老闆

kiwanda

工廠

duka

商店

kazi
職業

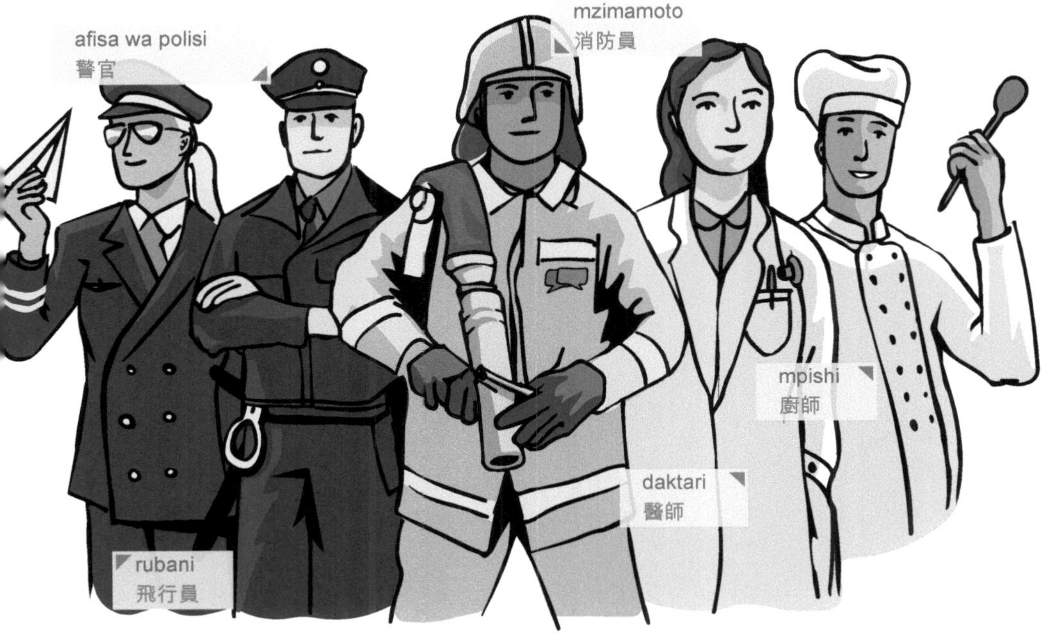
afisa wa polisi
警官
mzimamoto
消防員
mpishi
廚師
daktari
醫師
rubani
飛行員

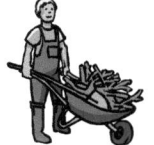

mtunza bustani

園丁

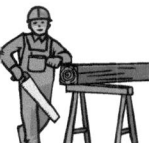

seremala

木匠

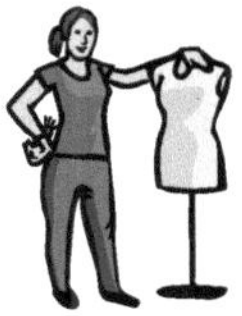

mshonaji

裁縫

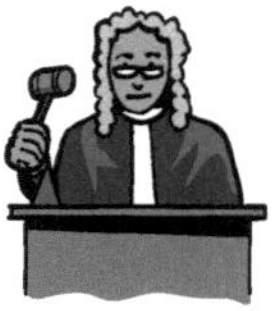

hakimu

法官

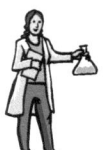

mwanakemia

化學家

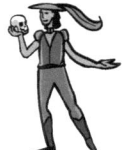

muigizaji

演員

dereva wa basi

公車司機

dereva wa teksi

計程車司機

mvuvi

漁夫

mwanamke wa kusafisha

清洗女工

mwezekaji

屋頂工

mhudumu

服務生

mwindaji

獵人

mchoraji

畫家

mwokaji

麵包師

umeme

電工

mjenzi

建築工人

mhandisi

工程師

mchinjaji

屠夫

fundi bomba

水管工

mwanaposta

郵差

mwanajeshi

士兵

msanifu majengo

建築師

keshia

收銀員

muuza maua

花農

msusi

理髮師

kondakta

售票員

mekanika

機械技師

nahodha

船長

daktari wa meno

牙醫

mwanasayansi

科學家

rabbi

拉比

imamu

伊瑪目

mtawa

和尚

kasisi

牧師

zana

工具

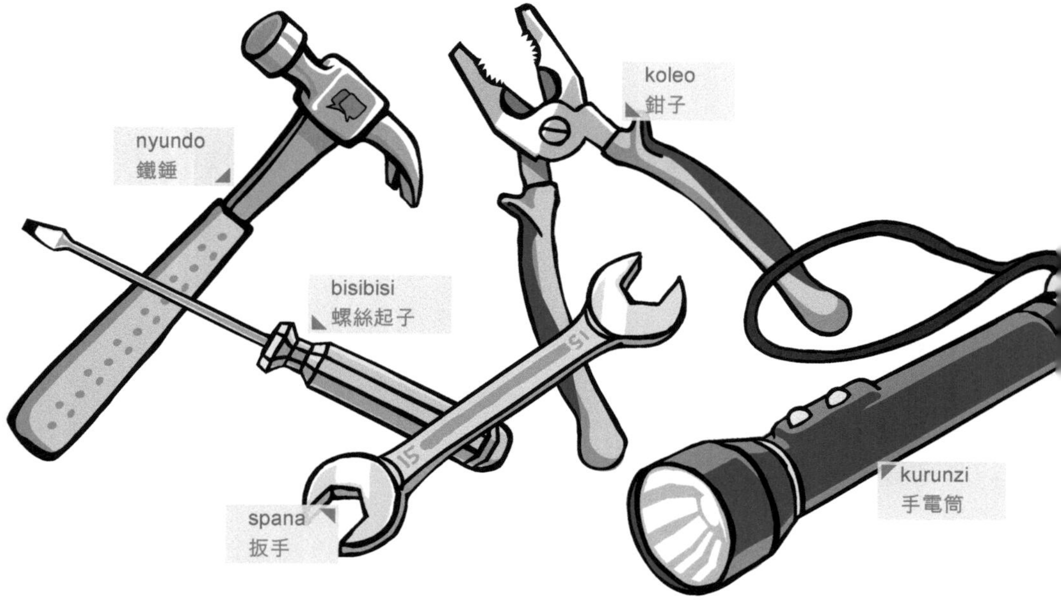
nyundo
鐵錘
koleo
鉗子
bisibisi
螺絲起子
spana
扳手
kurunzi
手電筒

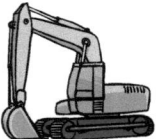

mchimbaji

挖掘機

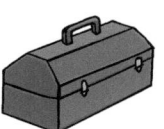

sanduku la vifaa

工具箱

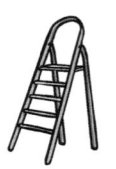

ngazi

梯子

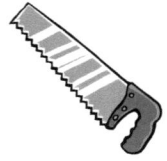

msumeno

鋸子

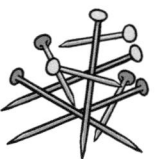

misumari

釘子

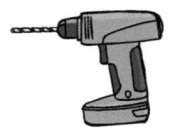

kuchimba visima

鑽機

kukarabati

修

sepetu

鏟子

Lo!

糟糕！

kishikio cha uchafu

畚箕

chungu cha rangi

油漆桶

skurubu

螺絲

ala za muziki
樂器

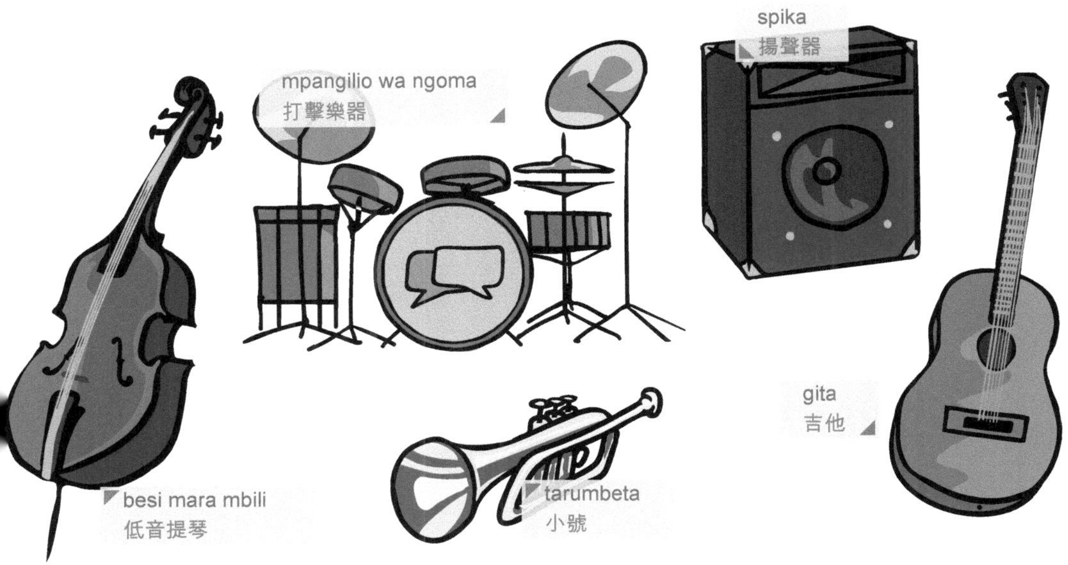

spika
揚聲器

mpangilio wa ngoma
打擊樂器

gita
吉他

besi mara mbili
低音提琴

tarumbeta
小號

piano

鋼琴

fidla

小提琴

ubeji

貝斯

timpani

定音鼓

ngoma

鼓

kibodi

電子琴

saksafoni

薩克斯風

filimbi

長笛

maikrofoni

麥克風

bustani ya wanyama

動物園

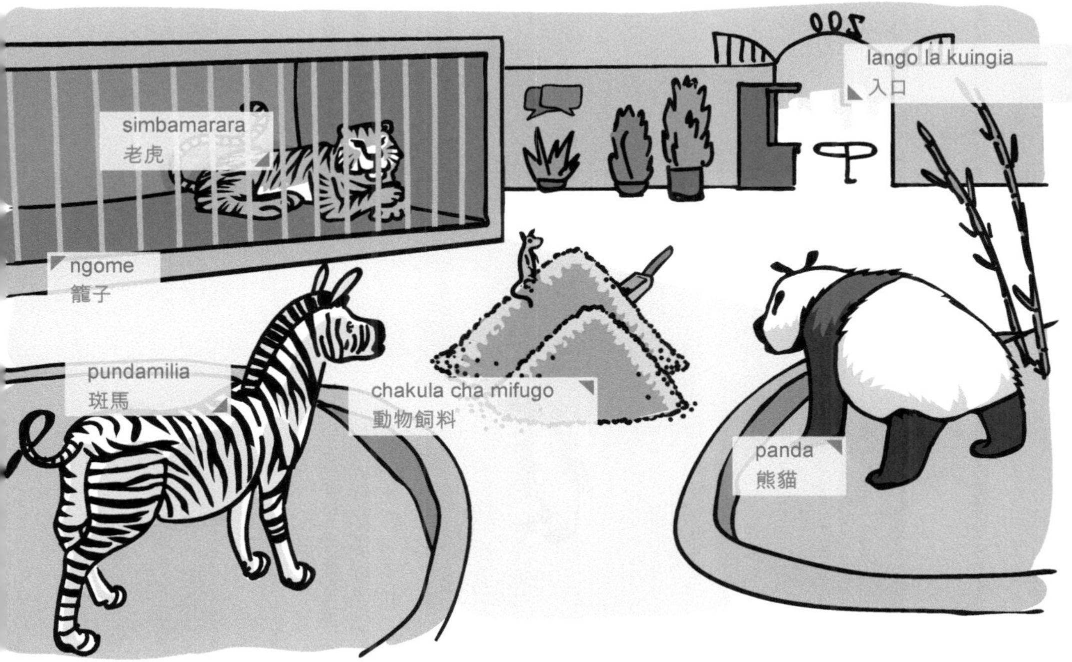

ZOO
lango la kuingia
入口
simbamarara
老虎
ngome
籠子
pundamilia
斑馬
chakula cha mifugo
動物飼料
panda
熊貓

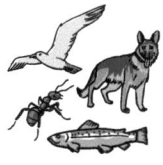

wanyama
動物

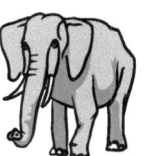

tembo
大象

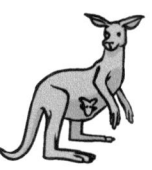

kangaruu
袋鼠

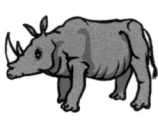

kifaru
犀牛

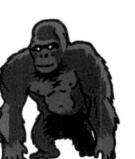

sokwe
大猩猩

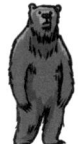

dubu
熊

ngamia

駱駝

mbuni

鴕鳥

simba

獅子

tumbili

猴子

heroe

紅鶴

kasuku

鸚鵡

dubu

北極熊

penguini

企鵝

papa

鯊魚

tausi

孔雀

nyoka

蛇

mamba

鱷魚

mtunza wanyama

動物園管理員

muhuri

海豹

jaguar

美洲豹

mwanafarasi

矮種馬

chui

豹

kiboko

河馬

twiga

長頸鹿

tai

老鷹

nguruwe mwitu

野豬

samaki

魚

kobe

龜

sili

海象

mbweha

狐狸

paa

羚羊

體育

soka ya marekani
橄欖球

uendeshaji baiskeli
騎腳踏車

tenisi
網球

mpira wa kikapu
籃球

kuogelea
游泳

ndondi
拳擊

magongo ya barafuni
冰球

soka
美式足球

vinyoya
羽毛球

riadha
田徑

mpira wa mikono
手球

skii
滑雪

polo
馬球

kuruka
跳

cheka
笑

kumbatia
擁抱

kutembea
走路

kuimba
唱

ota ndoto
做夢

kuomba
祈禱

busu
親吻

kuandika
書寫

kuteka
畫

angalia
展示

sukuma
推

kutoa
給

kuchukua
拿

kuwa

有

fanya

做

kuwa

當

kusimama

站

kukimbia

跑

vuta

拉

kutupa

丟

kuanguka

摔倒

hadaa

躺

kusubiri

等待

kubeba

攜帶

kukaa

坐

vaa nguo

穿衣

usingizi

睡覺

kuamka

醒來

kuangalia

看

lia

哭

kiharusi

擊

chana nywele

梳頭

ongea

交談

kuelewa

明白

kuuliza

問

kusikiliza

聽

kunywa

喝

kula

吃

nadhifisha

清理

upendo

愛

mpishi

做飯

gari

開車

kuruka

飛

meli

航行

kokotoa

計算

kusoma

讀

kujifunza

學習

kazi

工作

kuoa

結婚

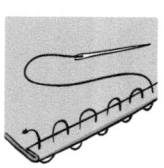

kushona

縫

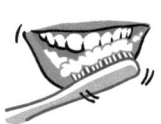

piga mswaki

刷牙

kuua

殺

moshi

抽菸

kutuma

寄

bibi
祖母

babu
祖父

baba
父親

mama
母親

mtoto
嬰兒

binti
女兒

bin
兒子

mgeni

客人

shangazi

阿姨

mjomba

叔叔

kaka

兄弟

dada

姐妹

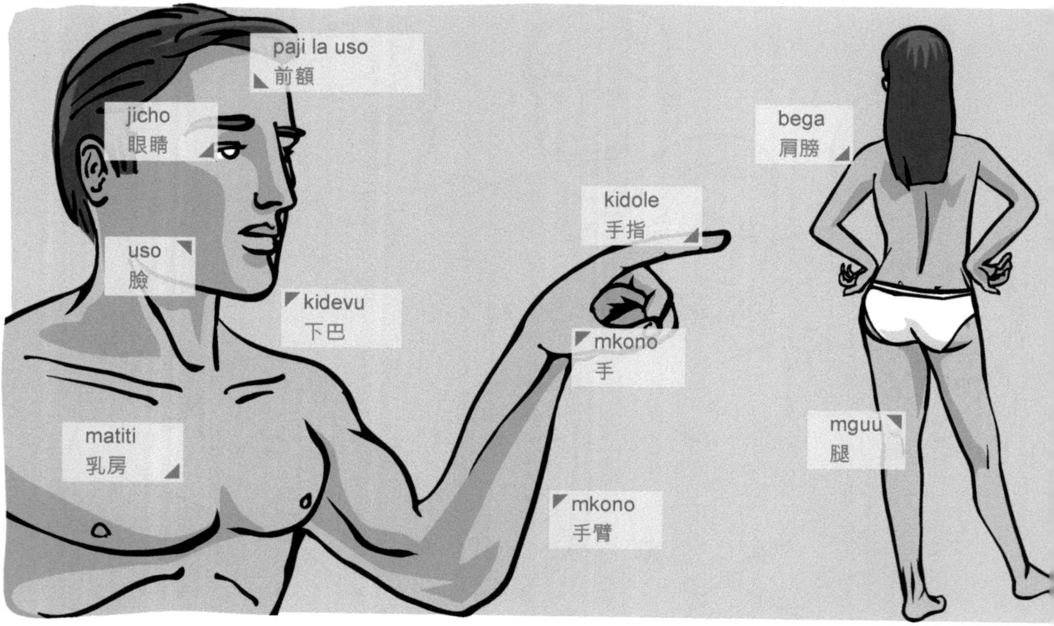

paji la uso
前額

jicho
眼睛

bega
肩膀

kidole
手指

uso
臉

kidevu
下巴

mkono
手

matiti
乳房

mguu
腿

mkono
手臂

mtoto

嬰兒

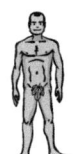

mwanamume

男人

mwanamke

女人

msichana

女孩

mvulana

男孩

kichwa

頭

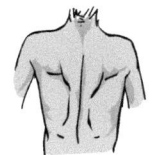

nyuma

背部

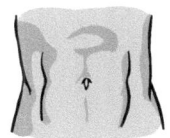

tumbo

肚子

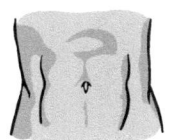

kitovu

肚臍

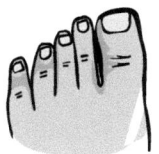

chano

腳趾

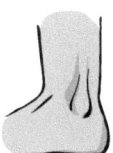

kisigino

腳後跟

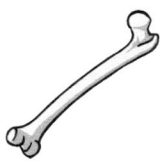

mfupa

骨頭

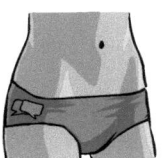

nyonga

臀部

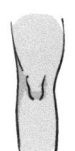

goti

膝蓋

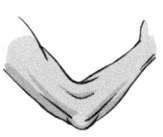

kiwiko

手肘

pua

鼻子

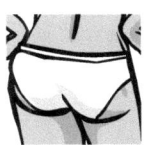

chini

屁股

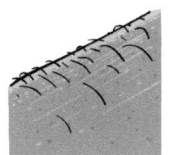

ngozi

皮膚

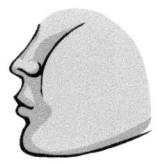

shavu

臉頰

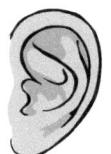

sikio

耳朵

mdomo

嘴唇

kinywa

嘴

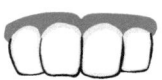

jino

牙齒

ulimi

舌頭

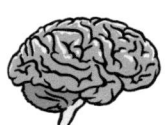

ubongo

腦

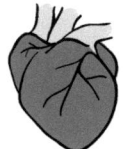

moyo

心臟

misuli

肌肉

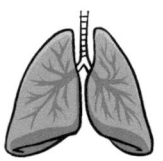

pafu

肺

ini

肝臟

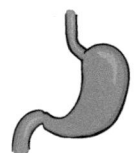

tumbo

胃

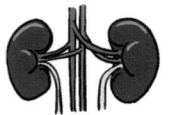

figo

腎臟

jinsia

性交

kondomu

保險套

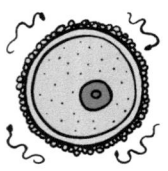

ovari

卵子

shahawa

精子

mimba

懷孕

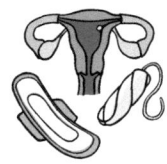

hedhi

月事

uke

陰道

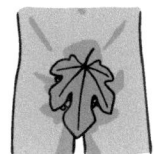

uume

陰莖

unyusi

眉毛

nywele

頭髮

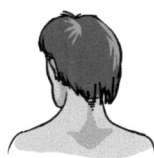

shingo

脖子

hospitali
醫院

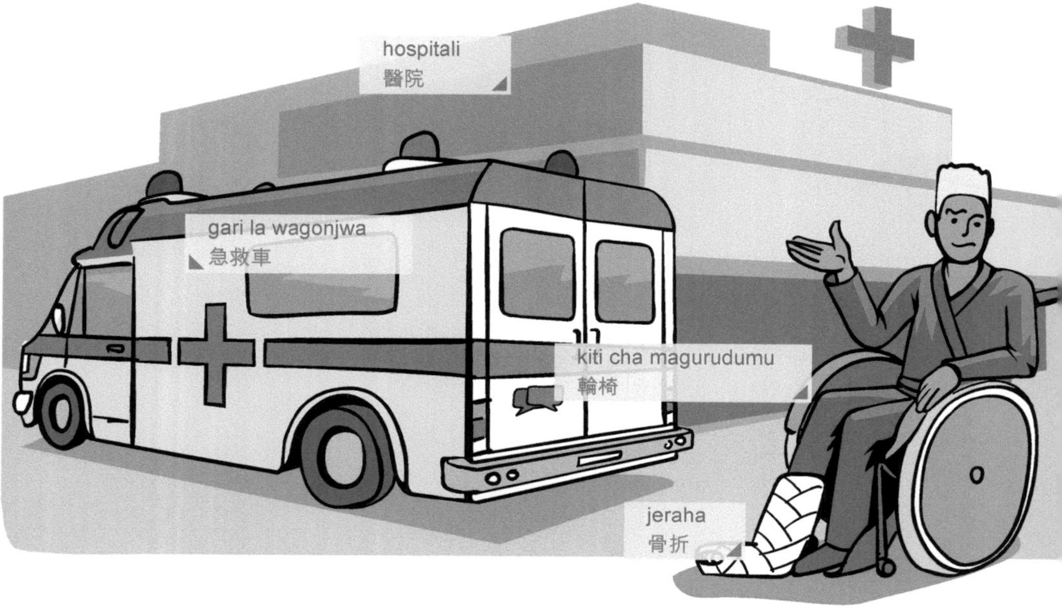

hospitali
醫院
gari la wagonjwa
急救車
kiti cha magurudumu
輪椅
jeraha
骨折

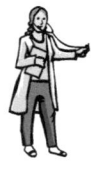

daktari

醫師

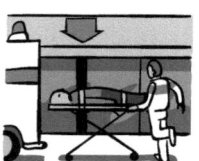

chumba cha dharura

急診室

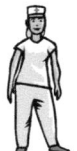

muuguzi

護理師

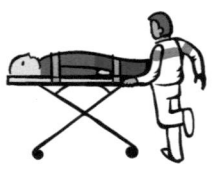

dharura

緊急情形

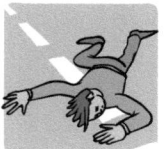

kupoteza fahamu

昏迷

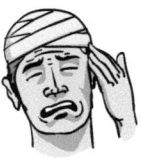

maumivu

痛

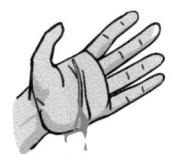

kuumia

受傷

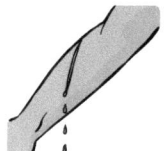

kutokwa na damu

出血

mshtuko wa moyo

心臟病發作

kiharusi

中風

mzio

過敏

kikohozi

咳嗽

homa

發燒

mafua

流感

kuharisha

腹瀉

maumivu ya kichwa

頭痛

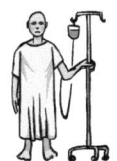

kansa

癌症

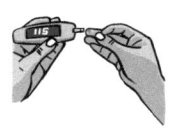

ugonjwa wa kisukari

糖尿病

daktari mpasuaji

外科醫師

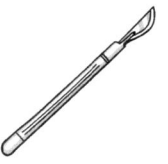

kisu kidogo cha kupasulia

手術刀

operesheni

手術

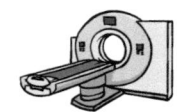

picha changanufu ya mwili

電腦斷層掃描

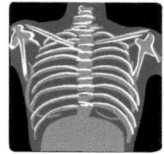

Eksrei

X光

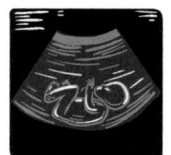

mawimbi sauti

超音波

barakoa ya uso

口罩

ugonjwa

疾病

chumba cha kusubiri

候診室

mkongojo

拐杖

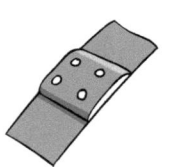

plasta

石膏

bendeji

繃帶

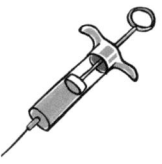

sindano

注射

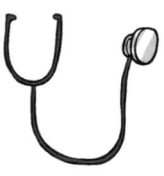

stetoskopu

聽診器

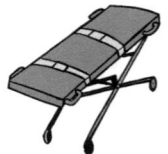

machela

擔架

kipimajoto cha kliniki

體溫計

kuzaliwa

出生

unene kupita kiasi

超重

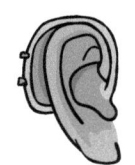

kusikia misaada

助聽器

kipukusi

消毒液

maambukizi

感染

virusi

病毒

VVU / UKIMWI

愛滋病

dawa

藥物

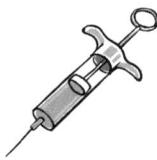

chanjo

接種疫苗

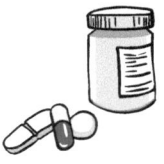

vidonge

藥片

kidonge

藥丸

simu ya dharura

急救電話

haemodainamometa

血壓計

mgonjwa / mwenye afya

生病/健康

hospitali - 醫院

Msaada!

救命！

kengele

警報

pigo

突擊

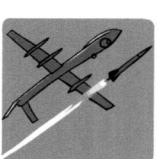

shambulizi

攻擊

hatari

危險

lango la dharura

緊急出口

Moto!

失火了！

kizima moto

滅火器

ajali

意外

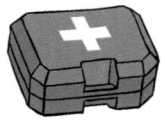

vifaa vya huduma ya
kwanza

急救箱

wito wa msaada

呼救訊號

polisi

員警

Ulaya

歐洲

Amerika ya Kaskazini

北美洲

Amerika ya Kusini

南美洲

Afrika

非洲

Asia

亞洲

Australia

澳洲

Atlantiki

大西洋

Pasifiki

太平洋

Bahari ya Hindi

印度洋

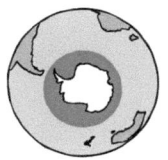

Bahari ya Antaktiki

南冰洋

Bahari ya Aktiki

北冰洋

Ncha ya Kaskazini

北極

Ncha ya Kusini

南極

Antaktika

南極洲

dunia

地球

nchi

陸地

bahari

海

kisiwa

島

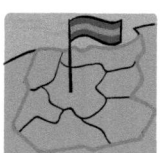

taifa

國家

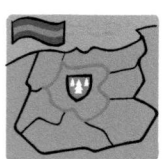

jimbo

州

uso wa saa

錶盤

akrabu ya saa

時針

akrabu ya dakika

分針

akrabu ya sekunde

秒針

Ni saa ngapi?

現在幾點？

siku

天

wakati

時間

sasa

現在

saa ya dijitali

電子錶

dakika

分

saa

時

Jumatatu 週一
MO
TU
Jumanne 週二
W 週三
TH
Jumatano
Jumamosi 週六
Alhamisi 週四
FR 週五
Ijumaa
SA
SO
Jumapili 週日

jana
昨天

leo
今天

kesho
明天

asubuhi
早晨

saa sita mchana
中午

jioni
晚上

siku za biashara
工作日

mwishoni mwa wiki
週末

mvua
雨

upinde wa mvua
彩虹

theluji
雪

majira ya machipuko
春

upepo
風

kiangazi
夏

vuli
秋

majira ya baridi
冬

4.APRIL	11°	☀
5.APRIL	4°	🌧
6.APRIL	13°	🌧
7.APRIL	8°	☀
8.APRIL	10°	☀

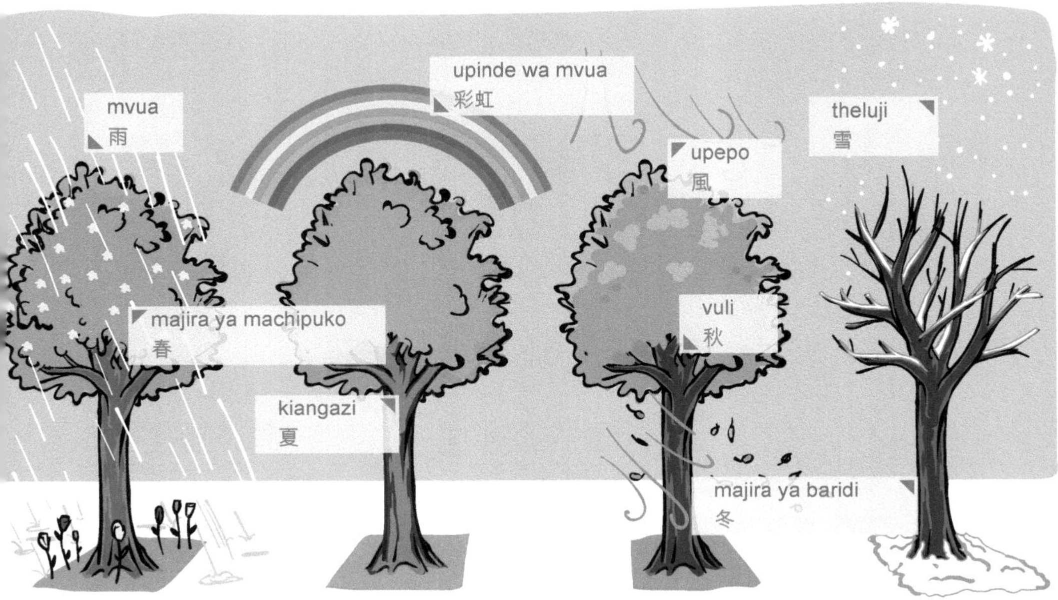

utabiri wa hali ya hewa

天氣預告

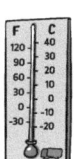

kipimajoto

溫度計

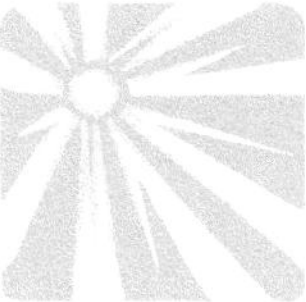

mwanga wa jua

陽光

wingu

雲

ukungu

霧

unyevu

潮濕

umeme

閃電

radi

打雷

dhoruba

風暴

mvua ya mawe

冰雹

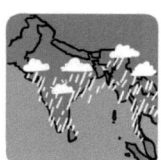

monsuni

季風

mafuriko

洪水

barafu

冰

Januari

一月

Februari

二月

Machi

三月

Aprili

四月

Mei

五月

Juni

六月

Julai

七月

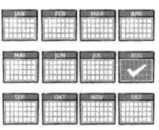

Agosti

八月

Septemba

九月

Oktoba

十月

Novemba

十一月

Desemba

十二月

maumbo

形狀

mduara

圓形

mraba

正方形

mstatili

長方形

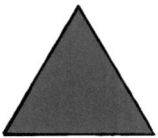

pembetatu

三角形

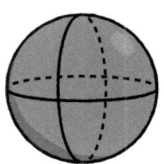

nyanja

球體

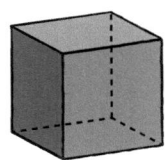

mchemraba

立方體

nyeupe

白

manjano

黃

chungwa

橙

rangi ya waridi

粉

nyekundu

紅

hudhurungi

紫

bluu

藍

kijani

綠

hanja

棕

jivujivu

灰

nyeusi

黑

mengi / kidogo

很多/少許

hasira / pole

生氣/平靜

nzuri / mbaya

美/醜

mwanzo / mwisho

首/尾

kubwa / ndogo

大/小

angavu / giza

明/暗

kaka / dada

兄弟/姐妹

safi / chafu

乾淨/骯髒

kamilika / tokamilika

完整/缺失

siku / usiku

白天/晚上

wafu / hai

死/生

pana / nyembamba

寬/窄

kulika / kutolika

可食用/非食用

ovu / ema

邪惡/善良

sisimkwa / udhika

興奮/無聊

nene / nyembamba

胖/瘦

kwanza / mwisho

第一/最後

rafiki / adui

朋友/敵人

jaa / tupu

滿/空

ngumu / laini

硬/軟

nzito / nyepesi

重/輕

njaa / kiu

餓/渴

mgonjwa / mwenye afya

生病/健康

haramu / kisheria

非法/合法

akili / kijinga

聰明/愚笨

kushoto / kulia

左/右

karibu / mbali

近/遠

mpya / kutumika

新/舊

kitu / jambo

沒有/有些

zee / changa

老/幼

waka / zima

開/關

wazi / fungwa

打開/闔上

utulivu / kelele

安靜/吵鬧

tajiri / masikini

富/窮

sahihi / kosa

對/錯

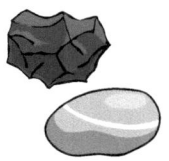

mbaya / laini

粗糙/光滑

huzunika / furahia

傷心/高興

fupi /ndefu

短/長

polepole / haraka

慢/快

nyevu / kavu

濕/乾

joto / baridi

溫暖/涼爽

vita / amani

戰爭/和平

0

sufuri

零

1

moja

一

2

mbili

二

3

tatu

三

4

nne

四

5

tano

五

6

sita

六

7

saba

七

8

nane

八

9

tisa

九

10

kumi

十

11

kumi na moja

十一

12

kumi na mbili

十二

13

kumi na tatu

十三

14

kumi na nne

十四

15

kumi na tano

十五

16

kumi na sita

十六

17

kumi na saba

十七

18

kumi na nane

十八

19

kumi na tisa

十九

20

ishirini

二十

100

mia

百

1.000

elfu

千

1.000.000

milioni

百萬

nambari - 數字

Kiingereza

英語

Kiingereza cha Marekani

美式英語

Kimandarini cha Uchina

普通話

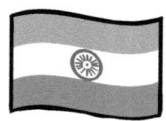

Kihindi

印地語

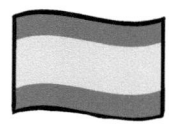

Kihispania

西班牙語

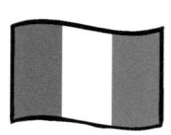

Kifaransa

法語

Kiarabu

阿拉伯語

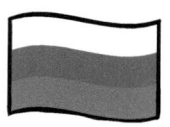

Kirusi

俄語

Kireno

葡萄牙語

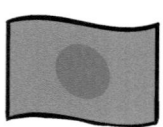

Kibengali

孟加拉語

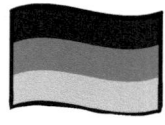

Kijerumani

德語

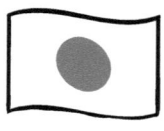

Kijapani

日語

mimi

我

wewe

你

yeye / yeye / ni

他/她/它

sisi

我們

wewe

你們

wao

他們

nani?

誰？

nini?

什麼？

jinsi gani?

如何？

wapi?

何處？

lini?

何時？

jina

名字

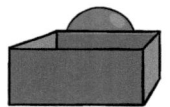

nyuma

後面

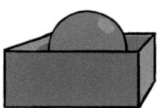

katika

裡面

mbele ya

前面

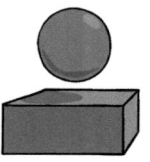

juu ya

上方

kwenye

上面

chini ya

下麵

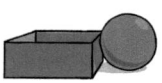

kando

旁邊

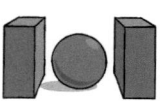

kati

中間

mahali

地點